ONUS GIFT

சாண்டாவுட
ன் யோகா

மார்சி ஷாஃப்

Tamil / English
Bilingual

Table of Content

Dear children, Christmas is a special time of year when the lights shine brighter, the snow falls softly, and hearts are filled with hope and warmth. In this book, we will meet Santa himself. But this time he is not only preparing gifts – he is also practicing yoga! Yoga helps him stay strong, flexible, and happy, so that he can share joy with all the children of the world on Christmas Eve. Maybe you can follow along and try some poses with him. That way you can feel the Christmas magic in your body, peace in your mind, and joy in your heart. Let's begin the adventure together. Merry Christmas and happy yoga journey!

அன்புள்ள குழந்தைகளே, கிறிஸ்துமஸ் என்பது ஆண்டின் ஒரு சிறப்பு நேரம், அப்போது விளக்குகள் பிரகாசமாக பிரகாசிக்கின்றன, பனி மென்மையாக விழுகிறது, இதயங்கள் நம்பிக்கையுடனும் அரவணைப்புடனும் நிறைந்திருக்கும். இந்த புத்தகத்தில், நாம் சாண்டாவை சந்திப்போம். ஆனால் இந்த முறை அவர் பரிசுகளைத் தயாரிப்பது மட்டுமல்லாமல் - அவர் யோகா பயிற்சியும் செய்கிறார்! யோகா அவருக்கு வலிமையாகவும், நெகிழ்வாகவும், மகிழ்ச்சியாகவும் இருக்க உதவுகிறது, இதனால் அவர் கிறிஸ்துமஸ் ஈவ் அன்று உலகின் அனைத்து குழந்தைகளுடனும் மகிழ்ச்சியைப் பகிர்ந்து கொள்ள முடியும். ஒருவேளை நீங்கள் அவருடன் சில போஸ்களைப் பின்தொடர்ந்து முயற்சி செய்யலாம். அந்த வழியில் உங்கள் உடலில் கிறிஸ்துமஸ் மந்திரத்தையும், உங்கள் மனதில் அமைதியையும், உங்கள் இதயத்தில் மகிழ்ச்சியையும் உணர முடியும். ஒன்றாக சாகசத்தைத் தொடங்குவோம். இனிய கிறிஸ்துமஸ் மற்றும் மகிழ்ச்சியான யோகா பயணம்!

Santa was getting ready for his biggest night of the year.

இந்த வருடத்தின்
மிகப்பெரிய இரவுக்காக
சாண்டா தயாராகிக்
கொண்டிருந்தார்.

But this year, Santa felt a bit stiff from sitting all day.

ஆனால் இந்த வருடம்,
சாண்டா நாள் முழுவதும்
உட்கார்ந்திருந்ததால் சற்று
விறைப்பாக உணர்ந்தார்.

Mrs. Claus said "Yoga will make you feel flexible and strong again!"

"யோகா உங்களை மீண்டும்
நெகிழ்வாகவும்
வலிமையாகவும் உணர
வைக்கும்!" என்று திருமதி
கிளாஸ் கூறினார்.

So Santa rolled out a mat and began
with a simple stretch.

எனவே சாண்டா ஒரு பாயை
விரித்து ஒரு எளிய
நீட்சியுடன் தொடங்கினார்.

First, Santa reached his arms high, stretching toward the North Star.

முதலில், சாண்டா தனது
கைகளை உயரமாக நீட்டி,
வடக்கு நட்சத்திரத்தை
நோக்கி நீட்டினார்.

Next, Santa bent down, touching his toes like a candy cane.

அடுத்து, சாண்டா குனிந்து, ஒரு மிட்டாய் கரும்பு போல தனது கால் விரல்களைத் தொட்டார்.

He then twisted his waist like a pretzel.
"Feeling looser already!"

பின்னர் அவர் தனது இடுப்பை ஒரு ப்ரெட்ஸல் போல திருகினார். "ஏற்கனவே தளர்வாக உணர்கிறேன்!"

Santa balanced on one leg, pretending to be a tall Christmas tree.

ஒரு காலில் சமநிலையில் நின்று, உயரமான கிறிஸ்துமஸ் மரம் போல் நடித்துக்கொண்டிருக்கும் சாண்டா.

"Whoa!" he said, wobbling a little, "This is harder than I thought!"

"ஐயோ!" அவன் கொஞ்சம் தடுமாறிக்கொண்டே, "இது நான் நினைத்ததை விடக் கடினமானது!" என்றான்.

Santa did the reindeer pose, crouching low and stretching his back.

சாண்டா கலைமான் போஸ் கொடுத்து, குனிந்து முதுகை நீட்டினார்.

"Dasher and Dancer always so quick-
maybe this will help us too!"

"டாஷரும் டான்சரும் எப்பவும்
ரொம்ப சீக்கிரமா
இருப்பாங்க - ஒருவேளை இது
நமக்கும் உதவியா இருக்கும்!"

Prancer lifted his arms, pretending to fly like his sleigh in the night sky.

பிரான்சர் தனது கைகளை உயர்த்தி, இரவு வானில் தனது சறுக்கு வண்டியைப் போல பறப்பது போல் பாசாங்கு செய்தார்.

Next was the snowman pose, where Frosty stood tall and round.

அடுத்து பனிமனித போஸ்,
அங்கு ஃப்ரோஸ்டி
உயரமாகவும் வட்டமாகவும்
நின்றார்.

"Ho ho ho!" Santa laughed.
"Look at Frosty!"

"ஹோ ஹோ ஹோ!" சாண்டா சிரித்தார்.
"ஃப்ரோஸ்டியை பாருங்க!"

"I feel great!" Santa said.
"I'm ready to take on Christmas Eve!"

"எனக்கு ரொம்ப சந்தோஷமா இருக்கு!" என்றான் சாண்டா. "கிறிஸ்துமஸ் ஈவ்-ஐ எதிர்கொள்ள நான் தயாராக இருக்கிறேன்!"

But then, Santa tried the downward reindeer pose and tumbled over!

ஆனால் பின்னர், சாண்டா
கீழ்நோக்கிய கலைமான்
போஸை முயற்சித்து, கீழே
விழுந்தார்!

"Oops!" Santa chuckled, "Guess I need more practice with that one!"

"அச்சச்சோ!" சாண்டா சிரித்தான், "அந்தப் பயிற்சியில எனக்கு இன்னும் கொஞ்சம் பயிற்சி தேவைன்னு நினைக்கிறேன்!"

"Yoga makes me feel calm and strong, just what I need tonight."

"யோகா என்னை அமைதியாகவும் வலிமையாகவும் உணர வைக்கிறது, இன்றிரவு எனக்குத் தேவையானது இதுதான்."

Santa then hopped into his sleigh, feeling energized and flexible.

பின்னர் சாண்டா தனது
சறுக்கு வண்டியில் ஏறி,
உற்சாகமாகவும்
நெகிழ்வாகவும் உணர்ந்தார்.

The reindeer galloped through the sky, pulling Santa and his gifts.

வானத்தில் மான் வேகமாகப்
பறந்து, சாண்டாவையும்
அவரது பரிசுகளையும்
இழுத்துச் சென்றது.

He crouched down easily to fill stockings
and place gifts under trees.

அவர் எளிதாக குனிந்து, காலுறைகளை
நிரப்பி, மரங்களுக்கு அடியில் பரிசுகளை
வைத்தார்.

Even climbing chimneys seemed easier after
his yoga practice!

அவரது யோகா பயிற்சிக்குப் பிறகு
புகைபோக்கிகளில் ஏறுவது கூட எளிதாகத்
தோன்றியது!

"Ho ho ho!" Santa laughed. "Yoga was the perfect idea!"

"ஹோ ஹோ ஹோ!" சாண்டா சிரித்தார்.
"யோகா சரியான யோசனைதான்!"

By the time Santa finished, he still had plenty of energy to spare.

சாண்டா முடிக்கும்
நேரத்தில்,
அவருக்கு இன்னும்
நிறைய சக்தி
இருந்தது.

He returned to the North Pole and stretched one more time.

அவர் வட துருவத்திற்குத் திரும்பி
வந்து இன்னொரு முறை
நீட்டினார்.

"I'm glad I tried yoga," Santa said. "It made Christmas even merrier!"

"நான் யோகா முயற்சித்ததில் மகிழ்ச்சி அடைகிறேன்,"
என்று சாண்டா கூறினார்.
"இது கிறிஸ்துமஸை இன்னும் மகிழ்ச்சியாக மாற்றியது!"

"Next year, I'll teach the reindeer and elves yoga too!" Santa declared.

"அடுத்த வருடம், நான் கலைமான்களுக்கும் எல்வ்ஸூக்கும் யோகா கற்றுக்கொடுப்பேன்!" என்று சாண்டா அறிவித்தார்.

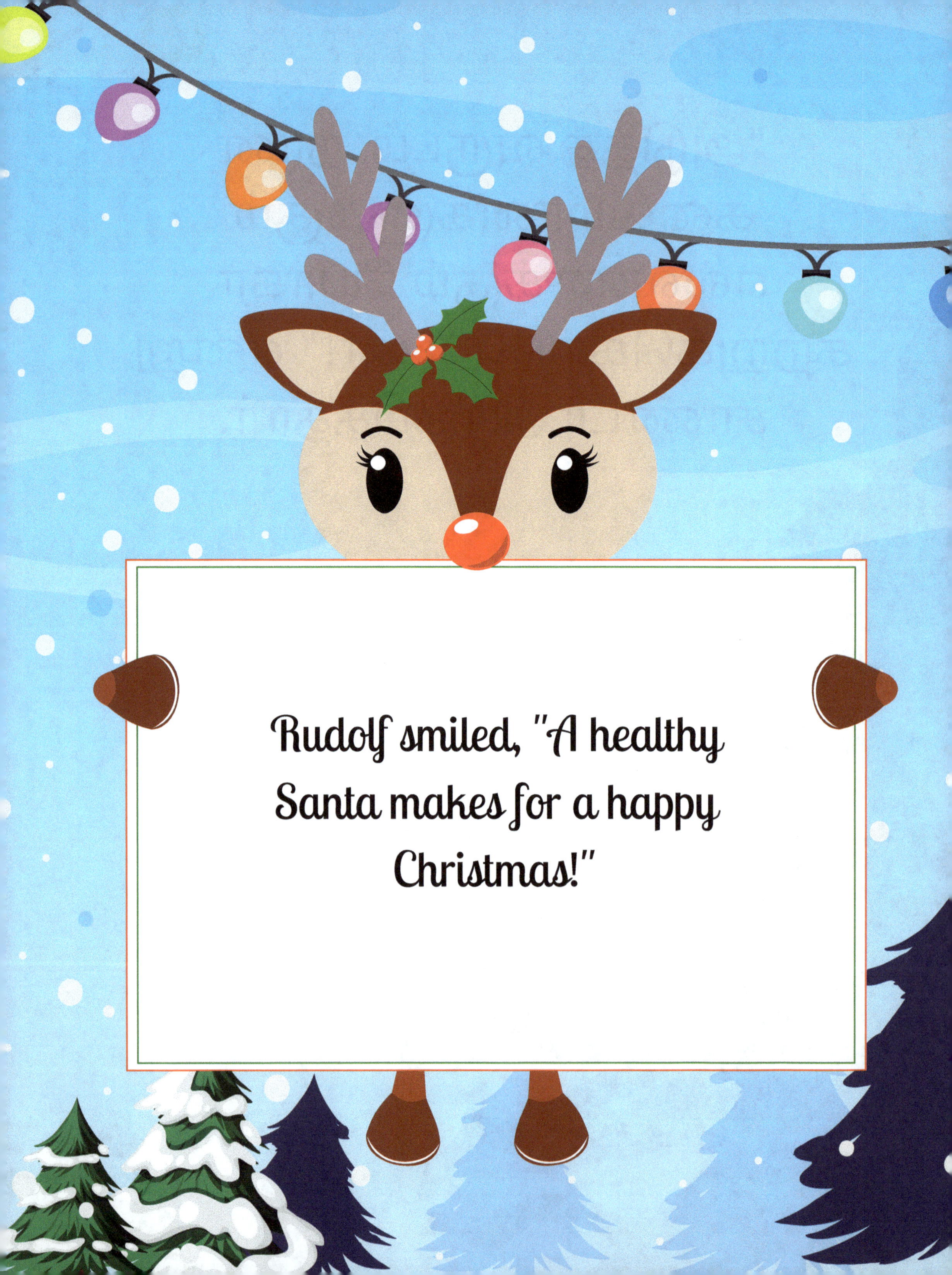

Rudolf smiled, "A healthy Santa makes for a happy Christmas!"

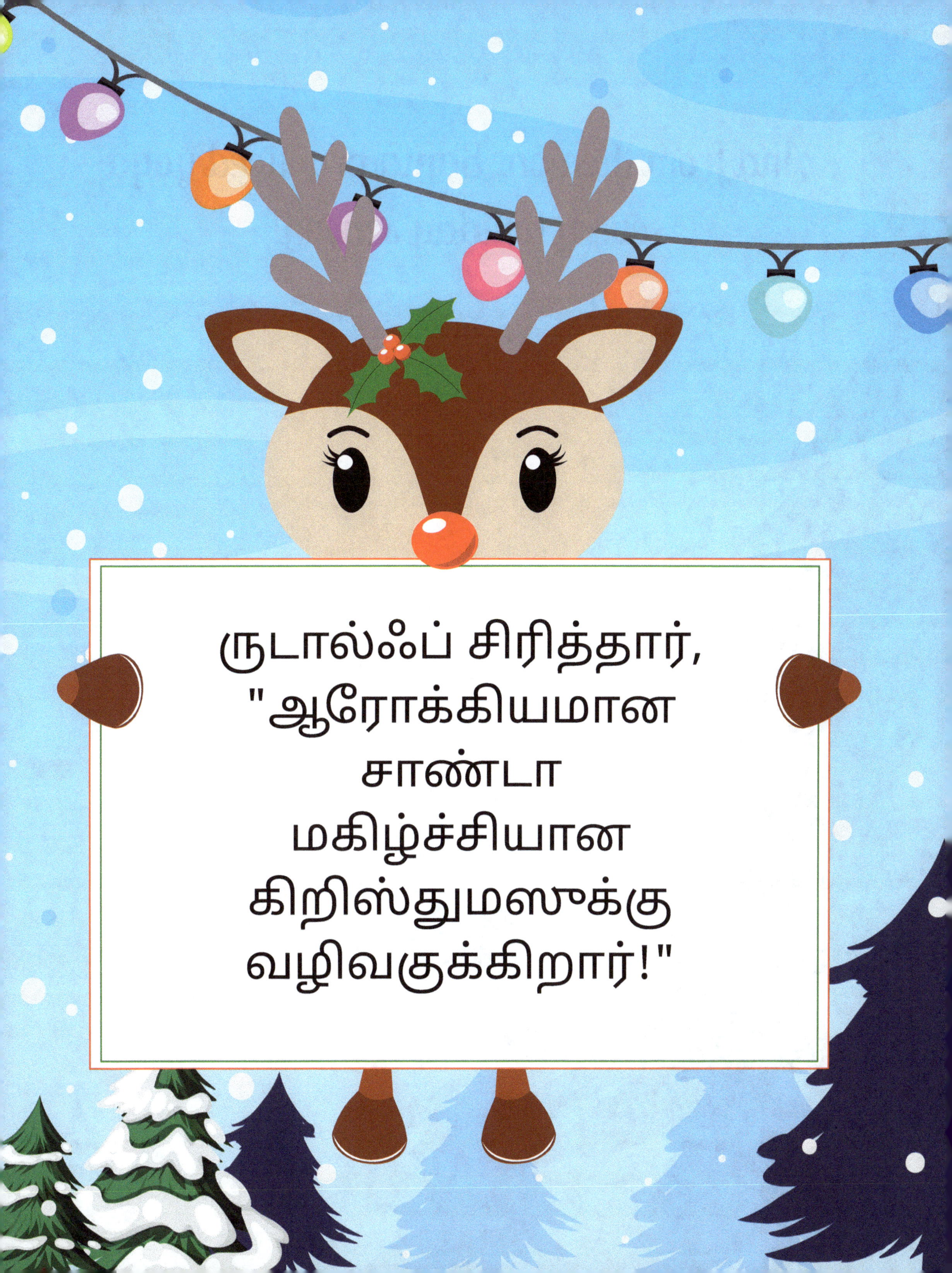

ருடால்ஃப் சிரித்தார்,
"ஆரோக்கியமான
சாண்டா
மகிழ்ச்சியான
கிறிஸ்துமஸுக்கு
வழிவகுக்கிறார்!"

And from then on, Santa practiced yoga every holiday season!

அப்போதிருந்து, சாண்டா
ஒவ்வொரு விடுமுறை
காலத்திலும் யோகா பயிற்சி
செய்தார்!

Activity Guide for Yoga with Santa

This guide is designed to help children and families enjoy the magic of

"Yoga with Santa"through fun activities that combine storytelling, movement, andcreativity. Get ready to join Santa on his yoga journey with these engaging, holiday-themed exercises!

EXTRA BONUS

1. **Holiday Yoga Poses**

After reading, try the yoga poses featured in the book! Each pose represents a holiday theme, making it easy for kids to visualize and imitate Santa’s movements.

- **North Star Stretch:** Stand tall, reach arms to the sky, stretching toward the “North Star.”

சாண்டாவுடன் யோகாவிற்கான செயல்பாட்டு வழிகாட்டி

இந்த வழிகாட்டி குழந்தைகள் மற்றும் குடும்பங்கள் மாயாஜாலத்தை அனுபவிக்க உதவும் வகையில் வடிவமைக்கப்பட்டுள்ளது

கதைசொல்லல், இயக்கம் மற்றும் படைப்பாற்றல் ஆகியவற்றை இணைக்கும் வேடிக்கையான செயல்பாடுகள் மூலம் "சாண்டாவுடன் யோகா". இந்த ஈர்க்கக்கூடிய, விடுமுறை கருப்பொருள் பயிற்சிகளுடன் சாண்டாவின் யோகா பயணத்தில் சேர தயாராகுங்கள்!

1. விடுமுறை யோகா ஆசனங்கள் படித்த பிறகு, புத்தகத்தில் இடம்பெற்றுள்ள யோகா ஆசனங்களை முயற்சிக்கவும்! ஒவ்வொரு போஸும் ஒரு விடுமுறை கருப்பொருளைக் குறிக்கிறது, இது குழந்தைகள் சாண்டாவின் அசைவுகளைக் காட்சிப்படுத்தவும் பின்பற்றவும் எளிதாக்குகிறது.

- **வடக்கு நட்சத்திர நீட்சி: நிமிர்ந்து நில், வானத்தை நோக்கி கைகளை நீட்டு,** "வடக்கு நட்சத்திரத்தை" நோக்கி நீண்டுள்ளது.

- **Candy Cane Fold:** Bend forward and reach for your toes, creating a "candy cane" shape with your body.
- **Christmas Tree Balance:** Stand on one leg, arms out like tree branches, trying to balance without tipping.
- **Snowman Pose:** Stand with arms stretched out, then squat to resemble a round snowman.
- **Downward Reindeer Pose:** Start on all fours, then lift your hips to form an upside-down "V," like a reindeer ready to run.

Encourage children to hold each pose for a few breaths, pretending they're on a snowy adventure with Santa.

2. **Yoga Countdown Calendar**

Create a countdown to Christmas with yoga! Make a holiday calendar where each day has a di erent yoga pose to try. Kids can draw or color each pose on a small card and stick it to the calendar. Count down to Christmas by doing a new pose each day, building excitement for Santa's big night!

3. **Holiday Meditation for Kids**

Santa practices breathing and relaxation to stay calm and focused. Teach kids a simple holiday meditation:

- **Snowflake Breaths:** Imagine breathing in cool, fresh air like snowflakes falling softly. Close your eyes, take a deep breath, and feel calm and cozy, just like Santa resting at the North Pole.

- **மிட்டாய் கரும்பு மடிப்பு: முன்னோக்கி வளைந்து உங்கள் கால் விரல்களை நீட்டி, உங்கள் உடலுடன் ஒரு "மிட்டாய் கரும்பு" வடிவத்தை உருவாக்குங்கள். கிறிஸ்துமஸ் மர**
- **சமநிலை: ஒரு காலில் நிற்கவும், மரக்கிளைகளைப் போல கைகளை நீட்டி, சாய்ந்து கொள்ளாமல் சமநிலைப்படுத்த முயற்சிக்கவும். பனிமனிதன் போஸ்: கைகளை நீட்டி**
- **நிற்கவும், பின்னர் ஒரு வட்ட பனிமனிதனைப் போல குந்துங்கள். கீழ்நோக்கிய கலைமான் போஸ்: நான்கு**
- **கால்களிலும் தொடங்கி, பின்னர் உங்கள் இடுப்பை உயர்த்தி, ஓடத் தயாராக இருக்கும் கலைமான் போல தலைகீழான "V" ஐ உருவாக்குங்கள்.**

குழந்தைகள் ஒவ்வொரு போஸையும் சில சுவாசங்களுக்குப் பிடித்துக் கொள்ள ஊக்குவிக்கவும், அவர்கள் சாண்டாவுடன் பனி சாகசத்தில் ஈடுபடுவது போல் நடிக்கவும்.
2. யோகா கவுண்டவுன் காலண்டர் யோகாவுடன் கிறிஸ்துமஸுக்கு ஒரு கவுண்டவுனை உருவாக்குங்கள்! ஒவ்வொரு நாளும் வெவ்வேறு யோகா போஸ்களைக் கொண்ட ஒரு விடுமுறை காலண்டரை உருவாக்குங்கள். குழந்தைகள் ஒவ்வொரு போஸையும் ஒரு சிறிய அட்டையில் வரைந்து அல்லது வண்ணம் தீட்டி காலண்டரில் ஒட்டலாம். ஒவ்வொரு நாளும் ஒரு புதிய போஸைச் செய்வதன் மூலம் கிறிஸ்துமஸுக்கு எண்ணுங்கள், சாண்டாவின் பெரிய இரவுக்கான உற்சாகத்தை உருவாக்குங்கள்!
3. குழந்தைகளுக்கான விடுமுறை தியானம் சாண்டா அமைதியாகவும் கவனம் செலுத்தவும் சுவாசம் மற்றும் தளர்வைப் பயிற்சி செய்கிறார். குழந்தைகளுக்கு ஒரு எளிய விடுமுறை தியானத்தைக் கற்றுக் கொடுங்கள்:

ஸ்னோஃப்ளேக் சுவாசங்கள்: குளிர்ச்சியான, புதிய சுவாசத்தை கற்பனை செய்து பாருங்கள்.

- மெதுவாக விழும் பனித்துளிகள் போன்ற காற்று. கண்களை மூடி, ஆழ்ந்த மூச்சை எடுத்து, வட துருவத்தில் சாண்டா ஓய்வெடுப்பது போல அமைதியாகவும் வசதியாகவும் உணருங்கள்.

Encourage kids to use Snowflake Breaths anytime they need a moment to relax or refocus.

4. **Yoga with Santa Coloring Pages**

Create your own coloring pages featuring Santa and the holiday yoga poses. Kids can color Santa as he stretches, balances, and moves, decorating each page with festive colors and patterns. These pages can also be displayed as part of their holiday decorations!

5. **Write a Letter to Santa's Yoga Studio**

Encourage kids to write letters imagining Santa has his own yoga studio at the North Pole! They can ask questions about Santa's favorite poses or even share their favorite poses from the book. Decorate each letter with holiday stickers and drawings, creating a fun keepsake to celebrate Christmas and healthy movement.

6. **Yoga Pose Match Game**

Create flashcards of each yoga pose from the book and write the name of each pose on separate cards. Have kids match each pose with its name or create holiday scenarios for each pose, such as "Stretch like Santa reaching for a gift!" This game can reinforce memory and movement, helping kids remember the poses.

7. **Design Santa's Yoga Mat**

குழந்தைகள் ஓய்வெடுக்க அல்லது மீண்டும் கவனம் செலுத்த ஒரு கணம் தேவைப்படும் போதெல்லாம் ஸ்னோஃப்ளேக் சுவாசங்களைப் பயன்படுத்த ஊக்குவிக்கவும்.

4. சாண்டா வண்ணப் பக்கங்களுடன் யோகா சாண்டா மற்றும் விடுமுறை யோகா போஸ்களைக் கொண்ட உங்கள் சொந்த வண்ணப் பக்கங்களை உருவாக்குங்கள். குழந்தைகள் சாண்டா நீட்டும்போது, சமநிலைப்படுத்தும்போது மற்றும் நகரும்போது அவருக்கு வண்ணம் தீட்டலாம், ஒவ்வொரு பக்கத்தையும் பண்டிகை வண்ணங்கள் மற்றும் வடிவங்களால் அலங்கரிக்கலாம். இந்தப் பக்கங்களை அவர்களின் விடுமுறை அலங்காரங்களின் ஒரு பகுதியாகவும் காட்டலாம்!

5. சாண்டாவின் யோகா ஸ்டுடியோவிற்கு ஒரு கடிதம் எழுதுங்கள் வட துருவத்தில் சாண்டாவுக்கு சொந்தமாக யோகா ஸ்டுடியோ இருப்பதாக கற்பனை செய்துகொண்டு குழந்தைகள் கடிதங்கள் எழுத ஊக்குவிக்கவும்! அவர்கள் சாண்டாவின் விருப்பமான போஸ்கள் பற்றி கேள்விகளைக் கேட்கலாம் அல்லது புத்தகத்திலிருந்து தங்களுக்குப் பிடித்த போஸ்களைப் பகிர்ந்து கொள்ளலாம். ஒவ்வொரு கடிதத்தையும் விடுமுறை ஸ்டிக்கர்கள் மற்றும் வரைபடங்களால் அலங்கரித்து, கிறிஸ்துமஸ் மற்றும் ஆரோக்கியமான இயக்கத்தைக் கொண்டாட ஒரு வேடிக்கையான நினைவுப் பொருளை உருவாக்குங்கள்.

6. யோகா போஸ் மேட்ச் கேம் புத்தகத்திலிருந்து ஒவ்வொரு யோகா போஸின் ஃபிளாஷ் கார்டுகளை உருவாக்கி, ஒவ்வொரு போஸின் பெயரையும் தனித்தனி அட்டைகளில் எழுதுங்கள். குழந்தைகள் ஒவ்வொரு போஸையும் அதன் பெயருடன் பொருத்தச் சொல்லுங்கள் அல்லது ஒவ்வொரு போஸுக்கும் விடுமுறை காட்சிகளை உருவாக்குங்கள், எடுத்துக்காட்டாக "சாண்டா பரிசுக்காக நீட்டுவது போல நீட்டுங்கள்!" இந்த விளையாட்டு நினைவாற்றலையும் இயக்கத்தையும் வலுப்படுத்தும், குழந்தைகள் போஸ்களை நினைவில் கொள்ள உதவும்.

7. சாண்டாவின் யோகா பாயை வடிவமைக்கவும்.

Kids can design Santa’s very own yoga mat with their favorite holiday themes. Have them draw or paint their dream mat, adding Christmas trees, snowflakes, and even reindeer! Display the mats or use them as a cozy place to practice their yoga poses.

8. **Yoga Storytime Adventure**

Turn reading time into a yoga session by doing each pose along with Santa as you read. Pause at each pose, encouraging children to follow Santa and practice the moves themselves. This interactive reading style will get kids moving while bringing the story to life.

9. **Family Holiday Yoga Session**

Gather family members for a holiday yoga session where everyone can join in the fun! Follow the book's story and poses, taking turns reading each page and trying out the yoga moves together. This is a wonderful way to make holiday memories and get everyone involved in staying healthy and active.

Enjoy the magic of the holiday season and remember to keep calm and flexible, just like Santa! Happy holidays and happy stretching!

குழந்தைகள் தங்களுக்குப் பிடித்த விடுமுறை கருப்பொருள்களைக் கொண்டு சாண்டாவின் சொந்த யோகா பாயை வடிவமைக்கலாம். கிறிஸ்துமஸ் மரங்கள், பனிச்சறுக்குகள் மற்றும் கலைமான்களைச் சேர்த்து, அவர்களின் கனவு பாயை வரையவோ அல்லது வண்ணம் தீட்டவோ சொல்லுங்கள்! பாய்களைக் காட்சிப்படுத்துங்கள் அல்லது அவர்களின் யோகா போஸ்களைப் பயிற்சி செய்ய வசதியான இடமாக அவற்றைப் பயன்படுத்துங்கள்.

8. யோகா கதைநேர சாகசம் நீங்கள் படிக்கும்போது சாண்டாவுடன் சேர்ந்து ஒவ்வொரு போஸையும் செய்வதன் மூலம் வாசிப்பு நேரத்தை யோகா அமர்வாக மாற்றவும். ஒவ்வொரு போஸிலும் இடைநிறுத்தி, குழந்தைகள் சாண்டாவைப் பின்பற்றவும், அசைவுகளைத் தாங்களாகவே பயிற்சி செய்யவும் ஊக்குவிக்கவும். இந்த ஊடாடும் வாசிப்பு பாணி கதையை உயிர்ப்பிக்கும் அதே வேளையில் குழந்தைகளை நகர்த்தும்.

9. குடும்ப விடுமுறை யோகா அமர்வு குடும்ப உறுப்பினர்களை ஒன்று திரட்டி அனைவரும் மகிழ்ச்சியில் இணையக்கூடிய விடுமுறை யோகா அமர்வு! புத்தகத்தின் கதை மற்றும் போஸ்களைப் பின்பற்றுங்கள், ஒவ்வொரு பக்கத்தையும் மாறி மாறி படித்து யோகா அசைவுகளை ஒன்றாக முயற்சிக்கவும். விடுமுறை நினைவுகளை உருவாக்கவும், அனைவரையும் ஆரோக்கியமாகவும் சுறுசுறுப்பாகவும் ஈடுபடுத்தவும் இது ஒரு அற்புதமான வழியாகும்.

விடுமுறை காலத்தின் மாயாஜாலத்தை அனுபவியுங்கள், சாண்டாவைப் போலவே அமைதியாகவும் நெகிழ்வாகவும் இருக்க நினைவில் கொள்ளுங்கள்! மகிழ்ச்சியான விடுமுறைகள் மற்றும் மகிழ்ச்சியான நீட்சி!

Books By Schaaf

www.BookBySchaaf.com

Bilingual kids books

Paperback, eBooks and Audio

10 minute behind the scenes Podcast on Spotify

Activity guides exclusively in eBooks

Songs exclusively on Audio version

Some books have companion coloring books

www.ingramcontent.com/pod-product-compliance
Lightning Source LLC
LaVergne TN
LVHW082050051026
849532LV00011B/3546